இளங்கோவும் சிலம்பும்

கி. ஆ. பெ. விசுவநாதம்

Title: Ilangovum Silambum

Author: K. A. P. Viswanatham

Language: Tamil

First Published on: 1984

Year of Publication: 2025

Book Format: Paperback

*Page Size: 6inch * 9inch*

Category: Literature

Subject: Literature

No. of pages: 52

ISBN: 978-81-989211-7-8

Published by: Nilan Publishers, Madurai, Tamilnadu, India

பொருளடக்கம்

குறிப்புகளுக்காக

துய்ப்புரை

சிலம்பொலி சு.செல்லப்பன் அவர்கள் இயக்குநர், தமிழ் வளர்ச்சி இயக்கம், சென்னை.

'கம்பன் பிறந்த தமிழ்நாடு' என்றும், 'வள்ளுவன் தன்னை உலகினுக்கே தந்து வான்புகழ் கொண்ட தமிழ்நாடு' என்றும் கூறிய பாரதியார், சிலப்பதிகாரத்தைக் கூறும்போது, "நெஞ்சை அள்ளும் சிலப்பதிகார மென்றோர் மணி ஆரம் படைத்த தமிழ்நாடு" என உள்ளம் குளிர்ந்து பாடுகின்றார்.

ஏறக்குறைய இரண்டாயிரம் ஆண்டுகளுக்கு முன்னர் எழுதப்பட்ட காப்பியம் என்றாலும், இன்னும் எத்துணை ஆயிரம் ஆண்டுகளுக்குப் பின்னரும் கூடப் படிப்போர்தம் நெஞ்சையள்ளும் சீர்மையைச் சிலப்பதிகாரம் பெற்றிருக்கிறது. முடிகெழு வேந்தர் மூவர்க்கும் உரித்தாகி, சேர சோழ பாண்டிய நாட்டினரைத் தொடர்புபடுத்தித் தமிழ் நாட்டின் சிறப்பை உலகுக்கு உணர்த்திக்காட்டும் முத்தமிழ்க் காப்பியமாக இது விளங்குகிறது.

தமிழின் தொன்மை, தமிழ் மக்களின் பண்பாடு, உயரிய வாழ்க்கை, செல்வ வளம், அரசியல், சமுதாயம், கலை, தொழில் முறைகள், வணிகம், வெளிநாட்டுத் தொடர்புகள் முதலிய பல்வேறு செய்திகளை வெளிப்படுத்தும் சீரியதோர் தமிழ்க் கருவூலமாகச் சிலப்பதிகாரம் இருந்து வருகிறது.

அரும்பத உரையாசிரியர், அடியார்க்கு நல்லார், நாவலர் ந.மு. வேங்கடசாமி நாட்டார், சிலம்புச் செல்வர் ம.பொ.சி போன்ற அறிஞர் பெருமக்களும், பேராசிரியர்கள், ஆய்வாளர்கள், மற்றும் தமிழன்பர்கள் பலரும் இக் கருவூலத்தில் நுழைந்து, முத்து மணிகளைக் கொணர்ந்து அனைவருக்கும் வழங்கியுள்ளனர்.

'இருந்தமிழே உன்னால் இருந்தேன் வானோர்
விருந்தமிழ்தம் என்றாலும் வேண்டேன்'

என்பதற் கிணங்க, நாளும் தமிழாய்ந்து -தமிழ் வளர்த்து - தமிழ் காத்துவரும் முத்தமிழ்க் காவலர் டாக்டர் கி.ஆ.பெ. விசுவநாதம் அவர்கள், தம் ஆய்வுப் பார்வையை இம் முத்தமிழ்க் காப்பியத்தின் கண் செலுத்தியுள்ளதன் விளைவே இந்நூல்.

நூல் கைக்குச்சிறியதாயிருப்பினும், கருத்திற்குப் பெரிதாயுள்ளது. சொல்ல வந்ததைத் தெளிவாகவும், சுருக்கமாவும், இனிமையாகவும் சொல்லுகின்ற பாங்கு முத்தமிழ்க் காவலர் அவர்களுக்குக் கைவந்த தொன்றாகும். சான்றுக்கு ஒன்று:

"இளங்கோவடிகள் நாட்டைத் துறந்தார். முடியைத் துறந்தார். நல் அணிகளைத் துறந்தார். அரண்மனையைத் துறந்தார். பட்டு பஞ்சணைகளைத் துறந்தார். இளமையிலேயே இல் வாழ்க்கையையும் துறந்தார். எல்லாவற்றையும் துறந்த இளங்கோவடிகளால் தமிழை மட்டும் துறக்க முடியவில்லை. அவரது துறவாத தமிழுக்கு இறவாத சிலப்பதிகாரம் இன்றைக்கும் சான்று கூறிக் கொண்டிருக்கிறது" *(பக்.2).*

இது போன்ற இனிய நடையழகுகள் இந்நூலில் அமைந்து நம்மை ஈர்க்கின்றன.

தமிழரிடத்தில் மூன்று என்ற எண்ணிக்கைக்கு ஒரு தனிச்சிறப்பு உண்டு என்பதைப் பற்பல மேற் கோள் காட்டி நிறுவுவதும் *(பக். 7-9)*, பர்மாவே இந்திர லோகம் என்றும், இலங்கையே நாகலோகம் என்றும் அழைக்கப்பட்டிருக்கலாம் என்பதற்குக் காரணங்கள் காட்டுவதும் *(பக். 9-10)*, சிலர் சொல்லுவதுபோல் காவிரிப்பூம்பட்டினக் கடற்கரையில் வேறொரு பெண்ணை மனத்தில் நினைத்துக் கோவலன் யாழிசை மீட்டவில்லை; தன் ஆருயிர் மனைவி கண்ணகியை நினைத்தே யாழிசை பாடினான் என்பதைக் கானல்வரிச் சான்று கொண்டு நிறுவுவதும் *(பக்.15-16)*, கண்ணகி மாதவி முதலியோரின் பண்புநலம் காட்டுவதும் *(பக்.33-35)*-

இன்னும் இவைபோன்ற பற்பல கருத்துக் களைத் தக்க சான்றுகளோடு இந் நூலின்கண் நிலை நிறுத்திக் காட்டுவதும், நம் நெஞ்சில் நிலைக்கின்றன.

முத்தமிழ் சிறந்தோங்க நம் முத்தமிழ்க் காவலர் நலமுடன் நீடு வாழவேண்டும் எனத் தமிழன்னையின் சீர்மிகு திருவடிகளை வணங்குவோமாக.

சென்னை.
11-5-1984

அன்பன்,
க. செல்லப்பன்

பதிப்புரை

சிலப்பதிகாரம், தொட்டனைத்து ஊறும் ஒரு தமிழ்க்கேணி. அறிஞர்கள் தொடத் தொடக் கருத்துக்கள் சுரந்து சுரந்து பெருகியபடியே இருக்கின்றன. முத்தமிழ்க் காவலர், அவர்கள் தம்முடைய ஆழ்ந்தகன்ற தமிழ்ஞானப் பார்வையினாலே, சிலம்பின் நயங்களை எடுத்து இந்நூலின் மூலம் நமக்கு வழங்குகின்றார்கள்.

'கண்ணகி' அல்ல; 'கண்ணழகி' என்பதுதான் சிலப்பதிகாரக் காவிய நாயகியின் பெயர் என்று காட்டும்போது, நமக்கும் அப்படித்தான் இருக்க வேண்டும் என்றே தோன்றுகின்றது. இப்படிப் பல நுட்பமான கருத்துக்கள் ஒளிசெய்கின்றன.

சிலம்பின் நயங்களையும் வளங்களையும் நாடெங்கும் முழக்கிச் 'சிலம்பொலி' என்றே அழைக்கப்பெறும் செல்லப்பனார் அவர்கள், இந்நூலின் சுவையுணர்ந்து துய்த்து, இந்நூற் குத் தம்டைய துய்ப்புரையினையும் அளித்து, இதன் சிறப்பை அறிமுகப்படுத்துகின்றார்கள். அவர்கட்கு எங்கள் நன்றி உரியதாகும். இந் நூலின் அச்சுப் பதிப்பிற்குப் பொறுப்பாயிருந்த ஆசிரியர் புலியூர்க் கேசிகன் அவர்கட்கும் எங்கள் நன்றி.

இந்தத் தமிழ்விருந்து அனைவருக்கும் இன்பமும் அறிவுநலமும் தரும் என்பதில் ஐயம் இல்லை.

-பாரி நிலையத்தார்

இளங்கோவடிகள்

ஐம்பெருங் காப்பியங்களில் ஒன்றான சிலப்பதிகாரத்தை எழுதி தமிழ்கூறும் நல்லுலகிற்கு வழங்கி உதவிய பெருமகன் இளங்கோ அடிகள். சேரநாட்டு மன்னன் நெடுஞ்சேரலாதனுடைய இளைய மகன். சேரன் செங்குட்டுவனின் தம்பி.

இளையமன்னன் ஆதலின் 'இளங்கோ' என்று அழைக்கப் பெற்றார். துறவுபூண்டதும் அடிகள் என்பதும் சேர்ந்து இளங்கோ அடிகள் என்றாயிற்று. அவரது இயற்பெயர் என்ன என்பதை அறிய முடியவில்லை. இவரைச் சேரமுனி என்றும் அழைப்பர்.

இவரது காலம் கி.பி. இரண்டாம் நூற்றாண்டு எனத் தெரியவருகிறது. இலங்கையை ஆண்ட கயவாகு மன்னன் சேரன் செங்குட்டுவன் கட்டிய கண்ணகி கோவில் விழாவிற்கு வந்திருந்ததாகச் சிலப்பதிகாரத்தினாலும், இலங்கை மகாவம்சம் என்ற நூலினாலும் அறிய முடிவதால், அக் காலம் ஏறத்தாழ 1800 ஆண்டுகளுக்கு முன்னையது என்று தெரிகிறது. இவர் காலத்துப் புலவர்கள் சங்ககாலத்துப் புலவர்களல்லர். மதுரைக் கூலவாணிகன் சாத்தனார். பரணர் முதலியோரே ஆவர்.

இவர் துறவு பூண்ட வரலாறு மிகவும் வியப்பிற் குரியது. வடபுலத்திலிருந்து சேரநாட்டுக்குவந்த நிமித்திகன் (கணிகன்) மன்னனது அரண்மனையில் தந்தை நெடுஞ்சேரலாதனையும் அவன் மக்கள் இருவரையும் உற்றுப்பார்த்து, நெடுஞ்சேரலாதனின் காலத்திற்குப்பின்

சேரநாட்டை முடிசூடி ஆளும் தகுதி இளையவனுக்கே இருக்கிறது என்று கூறினான். அதைக் கேட்டதும் இளங்கோ தன் தமையனின் முகவாட்டத்தைத் தவிர்க்கவும், தங்கள் அரசபரம்பரை முறையை நிலைநிறுத்தவும் எண்ணி உடனே துறவு பூண்டார். இது பெரிதும் வியப்பிற்குரிய ஒன்று.

துறவு பூண்டதும் வஞ்சி நகரத்தின் கிழக்கே குணவாயிற் கோட்டம் என்ற இடத்திலிருந்து, தவ நெறியை மேற்கொண்டு வாழ்ந்ததோடு, தமிழ் ஆயும் பணியிலும் ஈடுபட்டிருந்தார்.

இளங்கோவடிகள் நாட்டைத் துறந்தார். முடியைத் துறந்தார். நல் அணிகளைத் துறந்தார். அரண்மனையைத் துறந்தார். பட்டு, பஞ்சணைகளைத் துறந்தார். இளமையிலேயே இல்வாழ்க்கையையும் துறந்தார். எல்லா வற்றையுந் துறந்த இளங்கோவடிகளால் தமிழைமட்டும் துறக்க முடியவில்லை. அவரது துறவாத தமிழுக்கு இறவாத சிலப்பதிகாரம் இன்றைக்கும் சான்று கூறிக் கொண்டிருக்கிறது.

இளங்கோவடிகள் காலத்தைப்பற்றியும் சிலப்பதிகார காப்பியத்தைப் பற்றியும் மாறுபட்ட கருத்துக்கள் சிலவற்றைக் கடந்த நூற்றாண்டில் வாழ்ந்த சில எழுத்தாளர்கள் கூறினர்; எழுதினர். ஆனால், அறிஞர் உலகம் அவற்றை ஏற்கவில்லை.

இவர் சமண சமயத்தைச் எல்லாச் சமயத்தின்மீதும் ஒரு பொதுநோக்குடையவராகக் காணப்படுகின்றார். ஐயைக் கோட்டம், ஊர்க் கோட்டம், உச்சிக்கிழான் கோட்டம். பலதேவன் கோயில், நெடியமால் கோவில்,

ஆறுமுகன் கோவில், அருகன் கோயில், சாத்தன் கோயில் முதலிய பல தெய்வக் கோயில்களையும் இக்காப்பியத்தில் காட்டி, அதன் வழிபாடுகளையும் ஒரேயளவாகக் கூறியிருப்பது அவரது பொது நோக்கையே நமக்குக் காட்டுகின்றது. இதிலிருந்து இளங்கோவடிகள் அன்பு நெறியையும், அருள் நெறியையும், தமிழ் நெறியையும் தழுவிய பெருமனமும் பேராற்றலும் கொண்டவர் என்பது நன்கு விளங்குகிறது.

இவர் தன்னுடைய சேரநாட்டின் பெருமையை உயர்த்திக் கூறியிருக்கும் அளவிற்குச் சோழநாட்டின் பெருமையையும், பாண்டிய நாட்டின் பெருமையையும் உயர்த்திக் காட்டியிருப்பது, இவருடைய தூய்மையான மனத்தையும் நடுவுநிலைமையையும் நமக்கு நன்கு எடுத்துக் காட்டுகிறது.

இயல், இசை, நாடகம் ஆகிய முத்தமிழிலும் இவர் பெரும் புலமை பெற்றவர்.

தமிழகத்தில் இன்று கிடைக்கின்ற பழமையான இலக்கண இலக்கிய நூல்கள் மூன்று. அவை தொல்காப்பியம், திருக்குறள், சிலப்பதிகாரம். இம்மூன்றும் மொழிபெயர்ப்பு நூல்களாக இல்லாமல் முதல் நூல்களாகவே அமைந்தவை. இதன் ஆசிரியர்கள் முறையே தொல்காப்பியர், திருவள்ளுவர், இளங்கோவடிகள் என்றாவர். இம் மூவரும் முனிவர்கள். ஆகவே இளங்கோவடிகள் தொல்காப்பியரோடும், திருவள்ளுவரோடும் வைத்து எண்ணப்பட வேண்டியவர். இவர்களது காலமும் முறையே மூவாயிரம், இரண்டாயிரம், ஆயிரத்து எண்ணூறு ஆண்டுகளுக்கும் முன்பாகும். ஆகவே இவர்

பிற்காலத்திலே தோன்றிய முனிவரல்லாத, மொழிபெயர்ப்பு நூல்செய்த புலவரோடும் வைத்து எண்ணப்பட வேண்டியவரல்லர்.

தமிழ்நாட்டிற்கு தமிழ்நாடு என்ற பெயரை முதன்முதலில் வைத்த பெருமை இளங்கோவடிகளுக்கே உரியது. இவ்வுண்மையைத் "தென்தமிழ் நன்னாட்டுத் தீதுதீர் மதுரை" என்ற அவரது வாக்கால் அறியலாம்.

தமிழகத்தே தோன்றிய புலவர் பெருமக்களெல்லாம், தாங்கள் சிறு நாட்டிலிருந்தாலும், அவர்கள் செய்த நூல்களில் முதற்பாடலின் முதலடியில் முதற்சொல்லாக உலகத்தை வைத்தே செய்திருக்கிறார்கள். சேக்கிழார்- பெரியபுராணம்— "உலகெலாம் உணர்ந்தோதற் கரியவன்'; கம்பர்-இராமாயணம்-"உலகம் யாவையும் தாமுளவாக்கலும்"; நக்கீரர் -திருமுருகாற்றுப்படை- "உலகம் உவப்ப வலனேர்பு திரிதரு"; நம்பி- அகப் பொருள்- "மலர்தலை உலகத்து வாழ்வோரெல்லாம்"; கபிலர்- அகவல் "உலகத்தீரே உலகத்தீரே"; திருவள்ளுவர்- திருக்குறள்- "ஆதிபகவன் முதற்றே உலகு"; இளங்கோவடிகளும் இம்மரபைப் பின்பற்றியே "அங்கண் உலகளித்தலால் திங்களைப் போற்றுதும்" என்று காப்பியத்தைத் தொடங்கியிருப்பது நம்மை மகிழ்விக்கிறது.

இளங்கோவடிகள் கண்ணகியைக் குலமகளாகவும், மாதவியைக் கலைமகளாகவும் காட்டி, கற்பின் திறத்தில் இருவரையும் ஒன்றாகவே வைத்து இக்காப்பியத்தைப் படைத்திருப்பது இளங்கோவடிகளின் பெருமனத்தைப் புலப்படுத்துகிறது. மாதவியின் கலைத்திறன் அனைத்தையும் மூன்றாவது காதையாகிய

அரங்கேற்றுகாதையில் புகுத்தி, ஆயிரத்தெண்ணூறு ஆண்டுகளுக்கு முன்னமேயே உள்ள தமிழகத்தின் இசைக்கலையின் நுணுக்கங்களையும் அதன் விளக்கங்களையும் விரிவாகக் கூறியிருப்பது நம்மை வியப்பில் ஆழ்த்துகிறது.

மதுரை கூலவாணிகன் சாத்தனார் என்பவரும் சீத்தலை சாத்தனார் என்பவரும் ஒருவரே என்று சிலர் கருதி வரலாற்றுச் செய்திகளில் குழப்பத்தை ஏற்படுத்து கின்றனர். இவ்விருவரும் ஒருவர் அல்லர். சீத்தலை சாத்தனார் என்பவர் சீத்தலை என்னும் ஊரில் பிறந்தவர். சங்க காலத்தவர். மதுரைக் கூலவாணிகன் சாத்தனார் என்பவர் மதுரையில் பிறந்தவர்; இக்காப்பியத்தைச் செய்ய இளங்கோவடிகளுக்குத் துணை புரிந்தவர். இவர்கள் இருவருக்கும் இடை டயே உள்ள காலமும் இருநூறு ஆண்டுகள் ஆகும்.

காப்பியத்தில் ஒரு பார்வை

சிலம்பு தமிழ்த்தாயின் திருவடிகளில் இருந்து கொண்டு தமிழை ஒலித்துக் கொண்டே இருக்கிறது. ஒரு தமிழை மட்டுமல்ல, முத்தமிழையுமே ஒலிக்கிறது.

சிலப்பதிகாரம் காப்பியமாக மட்டுல்ல, வரலாற்று நூலாகவும் காட்சியளிக்கிறது.

1800 ஆண்டுகளுக்குமுன் உள்ள தமிழகத்தையும் குறிப்பாகத் தமிழ் மன்னர்களையும், தமிழக மக்களையும் படம் பிடித்துக் காட்டுகிறது; தமிழகத்தில் பல்லவர் ஆட்சி கி.பி.மூன்றாம் நூற்றாண்டிலேயே காணப்படுகிறது. ஆனால் இந்நூலில் பல்லவர்களைப்பற்றிக் குறிப்பு ஒன்றுமே இல்லாததால், பல்லவர் ஆட்சிக் காலத்திற்கு முற்பட்டதே இந்நூல் என்று துணிந்து கூறலாம்.

அக்காலத்திய பூம்புகார் நகரத்தின் சிறப்பைச் சிலப்பதிகாரமும், பட்டினப்பாலையும் நன்கு உயர்த்திக் காட்டுகின்றன. அவற்றுள் ஒரு வரி பூம்புகாரின் கடற்கரையில் உள்ள கப்பல்களில் முத்து, மணி, பவளம், அகில், சந்தனம் முதலியவைகள் ஏற்றப்பெற்று மேலை நாடுகளுக்குச் செல்ல நிற்கின்றன என்பது.

இது நமக்கு என்னென்ன செய்திகளை அறிவிக்கிறது என ஆராயலாம்.

1.மணி, மலையின் உச்சியில் விளைவது. அகில், சந்தனம், காடுகளில் விளைவது. பவளம் தீவுகளில் விளைவது.முத்து, கடலின் ஆழத்தில் விளைவது. அக்காலத் திய தமிழ்மக்கள் மலையின் உச்சியில் சென்று மணிகளையும் காடுகளின் ஊடே சென்று அகில் சந்தனங்களையும், தீவுகளுக்குச் சென்று பவளங்களையும், கடலின் ஆழத்திற்குச் சென்று முத்துக்களையும் கொண்டுவரும் ஆற்றல் படைத்திருந்தார்கள்.

2. அவைகளைக் கொண்டு உள்நாட்டுத் தேவைகளை நிரப்பி, எஞ்சியுள்ளவைகளை(*surplus*) வெளி நாடுகளில் விற்கும் வாணிக முறையைக் கைக்கொண் டிருந்தார்கள்.

3. கீழ்த்திசையை நோக்கிக் காற்று வருகின்றபொழுதும், அக்காற்றைப் பலதிசைகளிலும் வாங்கும் பாய்களை மரங்களில் கட்டி காற்று வரும் மேற்குத் திசையை நோக்கியே கப்பலை ஓட்டுகின்ற ஆற்றலைப் படைத்திருந்தார்கள்.

4. பனி, மழை,காற்று,வெயில் முதலிய நான்கையும் தாங்கிப் பகலிலும் இரவிலும் கப்பலை ஓட்டி, விண்மீன்களின் துணைகொண்டு செல்லும் திசையறிந்து கப்பலை ஓட்டும் வானநூல் அறிவையும் பெற்றிருந்தார்கள்.

5. அக்காலத்தில் கடற்கொள்ளைக் கூட்டமும், சுறாமீன் கூட்டமும் கப்பல்களைத் தாக்கி அழிப்பதுண்டு. அவற்றைத் தங்கள் கைகளில் உள்ள வாள்களால் எதிர்த்துத் தாக்கித் தம் பொருள்களைப் பாதுகாத்துப் பயணத்தை வெற்றிகரமாக நடத்தும் வலிமையும்

பெற்றிருந்தார்கள். என்பவைகளை, 1800 ஆண்டுகளுக்குமுன் பழங்காலத்தில் இருந்த தமிழ் மக்களின் அறிவையும் திறமையையும், துணிவையும், வலிமையையும் இக்காப்பியங்கள் நமக்குக் காட்டிக் கொண்டிருக்கின்றன.

தமிழகத்தில் தமிழரிடத்தில் தமிழ்மொழியில் மூன்று என்ற எண்ணிக்கைக்கு ஒரு தனிச்சிறப்பு உண்டு. உலகம் மூன்று-மேலுலகம், கீழுலகம், இவ்வுலகம். தெய்வங்கள் மூன்று-பிர்மா, விஷ்ணு, ருத்திரன்; தமிழில் தாணு, மால், அயன். பெண் தெய்வம் மூன்று-சரஸ்வதி, லக்குமி, பார்வதி; நல்ல தமிழில் - கலைமகள், அலைமகள், மலைமகள்; தாமரையை வைத்துக் கூறினால், வெண் தாமரையாள், செந்தாமரையாள், பொன்தாமரையாள் எனக் கூறுவர். கிறிஸ்துவத்திலும் மூன்று-பிதா, குமாரன், பரிசுத்த ஆவி. இஸ்லாமியத்திலும் மூன்று.- பசித்திருத்தல், தனித்திருத்தல், விழித்திருத்தல். புத்த சமயத்திலும் மூன்று- புத்தம் சரணம், தம்மம் சரணம், சங்கம் சரணம். சைவத்திலும் மூன்று- பதி, பசு, பாசம். சன்மார்க்கத்திலும் மூன்று- அன்புநெறி, அருள்நெறி, கருணைநெறி. காலம் மூன்று-இறந்த காலம், நிகழ்காலம், எதிர்காலம். பழம் மூன்று-மா, பலா, வாழை. தமிழ் மூன்று-இயல், இசை, நாடகம். தமிழ் எழுத்து யும் மூன்று- உயிர் எழுத்து, மெய் எழுத்து, உயிர்மெய் எழுத்து. தமிழ் எழுத்தின் இனமும் மூன்று-வல்லினம், மெல்லினம், இடையினம். சொற்றொடரின் அமைப்பும் மூன்று - எழுவாய், பயனிலை, செயப்படு பொருள். இவற்றை நாம் நன்கு அறிவோம். இதே அடிப்படையில் தான் சிலப்பதிகாரம் தோன்றியிருக்கிறது எனத் தெரிகிறது. நாடு மூன்று சேர நாடு, சோழ நாடு பாண்டிய நாடு. மன்னர் மூவர்- சேர சோழ, பாண்டியர். அவர்கள் ஆண்ட

தலைநகரங்கள் மூன்று-புகார், மதுரை, வஞ்சி. அத்தலை நகரங்களுக்கு எழுத்தும் மூன்று. பு -கா - ர் ம - து - ரை; வ -ஞ் - சி. காண்டமும் மூன்று-புகார்க் காண்டம், மதுரைக் காண்டம், வஞ்சிக் காண்டம். வணக்கம் மூன்று - திங்களைப் போற்றுதும், ஞாயிறு போற்றுதும், மாமழை போற்றுதும். தொடக்கம் மூன்று- பொதியிலாயினும், இமயமாயினும், பொதுவறு சிறப்பிற் புகாரேயாயினும். அடக்கம் மூன்று-அரசியல் பிழைத்தோர்க்கு அறங் கூற்றம் ஆவதும், உரைசால் பத்தினியை உயர்ந்தோர் ஏத்துதலும், ஊழ்வினை உருத்து வந்து ஊட்டுதலும். பாவகை மூன்று-இயற்பா, இசைப்பா. நாடகப்பா. இயற்பா வகையும் மூன்று—அகவற்பா. ஆசிரியப்பா, வெண்பா. இசைப்பா வகை மூன்று- விருத்தப்பா, வஞ்சிப்பா, கலிப்பா. நாடகப்பா வகை மூன்று- கானல்வரி, வேட்டுவவரி, ஊர்சூழ்வரி. பதிப்பாசிரியர்கள் மூவர் - சுப்பராய செட்டியார் *(1872)*, ஸ்ரீநிவாச ராகவாச் சாரியார் *(1876)*, உ.வே.சா. *(1892)*. உரையாசிரியர் களும் மூவர் அரும்பத உரையாசிரியர், அடியார்க்கு நல்லார், நாவலர் ந. மு. வேங்கடசாமி நாட்டார் ஐயா. இவை போன்ற பிறவும் மூன்றின் சிறப்பை உயர்த்திக் காட்டுகின்றன.

சிலப்பதிகார காலத்தில் தமிழகத்தை ஆண்ட வேந்தர்களின் பெயர்கள் கரிகாற்சோழன், பாண்டியன் நெடுஞ்செழியன், நெடுஞ்சேரலாதன் எனத் தெரிகிறது. சிலப்பதிகாரத்தில் நாம் காணும் வியப்புக்குரிய செயல்களிலெல்லாம் உயர்ந்துநின்று நம் உள்ளத்தை வியப்படையச் செய்வது ஒன்றே ஒன்றுதான். அது பாண்டியன் அவையில் கண்ணகி நின்று நீதி கேட்கும் நிலையே.

கண்ணகி ஒரு எளிய குடிமகள். அதுவும் வேற்று நாட்டுப் பெண். அவள் அடுத்த நாட்டு மன்னன் அவையிற் சென்று அறங்கூறி அவனை நடுங்கச்செய்வது நம்மையும் நடுங்கவைக்கிறது. 1800 ஆண்டுகளுக்கு முன்பு குடிமக்களுக்கு உள்ள உரிமையைச் சிலப்பதிகாரம் இன்றைக்கும் நமக்குக் காட்டிக் கொண்டிருக்கிறது.

புகாரில் நடந்த இந்திரவிழா பர்மா நாட்டு மன்னன் புகார் நகருக்கு வந்துசென்ற நினைவு நாளாக இருக்குமென்று கருதுகிறேன். காற்றடித்துக் கப்பல் கீழ்த் திசைக்குச் சென்று பர்மா நாட்டை அடைந்தவன் அதை இந்திரலோகம் என்று கூறியிருக்க வேண்டும். அமராவதி நதி, வெள்ளையானை, அன்னப்பறவை, பொன், மணி, இரத்தினங்கள், இந்திரதனுசு முதலிய அனைத்தும் பர்மா நாட்டில்தான் இருக்கின்றன. தேவலோகப் பெண்கள் என்றும் இளமையாக இருக்கிறார்கள் என்பதையும், காலில் பொன்னால் நகை அணிந்திருக்கிறார்கள் என்பதை யும் படித்திருக்கிறோம். அவற்றையும் பர்மாவில்தான் காணலாம். பர்மியப் பெண்களின் கண் புருவங்களில் மயிர் குறைவாக இருப்பதால், அவர்கள் இமைப்பது தெரியாது. அதனாலேயே தேவலோகப் பெண்களை இமையா நாட்டத்தினர் என்று கூறியிருக்கின்றனர் போலும்.

இவ்வாறே கடலில் திசை தப்பித் தெற்கே சென்றவர்கள் இலங்கையைக் கண்டு அங்கு நாகவணக்கம் இருப்பதால் அதை 'நாகலோகம்' என்று கூறினர் போலும்.

புகார் நகரில் பட்டு நூலாலும் பருத்தி நூலாலும் மட்டுமல்ல, எலிமயிராலும் ஊசியால் பிணிக்கும்

நுண்ணிய தொழில்களைச் செய்யும் பட்டுச் சாலியர் இருக்கும் இடங்கள் பல இருந்தன என்று சிலம்பு கூறுகிறது. இது தமிழகத்தின் அக்காலத்திய நெய்தல் தொழிலைக் காட்டி நம்மை மகிழ்விக்கிறது.

கதையில் உள்ளவையும் இவை தான்.

கோவலனும் கண்ணகியும் புகார் நகரத்திலுள்ள செல்வம் நிறைந்த வணிகர்களின் மக்கள். இவர்களுக்குத் திருமணம் நடக்கும்போது கோவலனுக்கு ஈறெட்டு ஆண்டு *(16)*, கண்ணகிக்கு ஈறாறு ஆண்டு *(12)*. இவர்களுடைய இல்வாழ்க்கைக்கு இடையூறு விளைவிப்பது மாதவியின் நடனம். இதை அரங்கேற்று காதை நன்கு விளக்குகின்றது.

மாதவி விலைமகள் மரபினளாக இருந்தும், கோவலன் மனைவியைவிட்டு அவளோடு இன்பம் துய்த்திருந்தும், சிலப்பதிகாரத்தில் சிற்றின்ப காமச்சுவையைப் பற்றி விளக்கிக் கூறாமல் கலையையும், கலை அழகையும், கலைச் சுவையையுமே விரிவாகக் கூறியிருப்பது இளங்கோவடி களின் பண்பாட்டையும் பெருந்தன்மையையும் காட்டுகிறது.

கண்ணகி கணவனைவிட்டுப் பிரிந்து இருப்பதை அறிந்த தேவந்தி எனும் தோழி அவளைச் சோமகுண்டம், சூரியகுண்டம் துறைமூழ்கிக் காமவேள் கோட்டத்தைத் தொழுதால் கணவனோடு சேர்ந்து இன்புறலாமென அறிவுரை கூறுகின்றாள். அதைக் கேட்ட கண்ணகி அது "பீடன்று" (பெருமைதராது) என்று கூறுகின்றாள். இதுவே கண்ணகி பேசிய முதல் பேச்சு. இதனால் தெய்வம் தொழாமல் கணவனைத் தொழுதெழும் தமிழகத்தின்

கற்புநெறியைக் கண்ணகி கைக்கொண்டிருந்தாள் என அறியலாம்.

இந்நூல் மூன்று மன்னர்களையும் மூன்று நாடுகளையும் பற்றிய செய்திகளை விரிவாகக் கூறியிருந்தாலும், இது ஒரு வணிகக்குடும்பத்தின், குடிமக்களின் காவியமாக, அதிலும் பெண் இனத்திற்குப் பெருமை தேடும் ஓர் உயர்ந்த காவியமாகவே அமைந்திருக்கிறது.

"கண்ணின் நீர் கொள்ள உயிர்கொடுத்த
கோவேந்தன் வாழியரோ"

என்று வாழ்த்துரையில் கூறப்பெற்றிருப்பதையும்

"அல்லற்பட்டு ஆற்றாது அழுதகண் ணீரன்றே
செல்வத்தைத் தேய்க்கும் படை"

என்று வள்ளுவர் கூறியிருப்பதையும் பார்க்கும் பொழுது, துன்பப்படு வோரின் கண்ணீர்த்துளிகள் ஒரு வீரம் செறிந்த படையையும் அப்படைக்குரிய மன்னனையும் அழித்துவிடும் என்பதையே மெய்ப்பிப்பதாகும்.

காவிரிப் பூம்பட்டினத்துக் காரிக்கண்ணனார் என்னும் புலவர் அகநானூற்றுப் பாடல் ஒன்றில் காவிரிப்பூம் பட்டினத்துக் கடற்கரையின் அலைகள் இறாமீன்களை வ்ழங்கிவிட்டு பூமாலைகளை இழுத்துச் சென்றன என்று கற்பனை செய்து பாடியுள்ளார். அதற்கு மாறாக இளங் கோவடிகள் காவிரிப்பூம்பட்டினத்துக் கடல் அலைகள் முத்துக்களை வழங்கிவிட்டு மலர்மாலைகளை இழுத்துச்

செல்வதாகக் கூறியுள்ளார். இது நயமுடையதாகக் காணப்படுகிறது.

திருமண வாழ்த்துப் பாடலில் ஆங்குக் கூடியுள்ள பெண்கள் "காதலற் பிரியாமல், கவவுக்கை ஞெகிழாமல் தீது அறுக" என்று வாழ்த்துவதாக இளங்கோவடிகள் கூறியிருக்கிறார். இது பின்னே காதலர் பிரிவதையும். கவவுக்கை நெகிழ்வதையும், தீமைகள் நடப்பதையும் முன்னதாகவே கூறியதாக நமக்குப் புலப்படுத்துகிறது.

பாரதியார் தமிழ்நாட்டைக் குறிப்பிடும்பொழுது "கம்பன் பிறந்த நாடு" என்று மட்டுமே கூறினார். வள்ளுவனைப் பற்றிக் குறிப்பிடும் பொழுது அவனைப் பெற்று வளர்த்து உலகுக்கு வழங்கிய நாடு என்று கூறினார், சிலப்பதிகாரத்தைப் பற்றிக் கூறும்பொழுது அதைத் தனக்கென்றே படைத்துக்கொண்ட நாடு என்று கூறுகின்றார். இது சிலப்பதிகாரத்தின் சிறப்பைப் பெரிதும் பாராட்டுவதாகவே அமைந்திருக்கிறது.

டாக்டர் இராசமாணிக்கனார் அவர்கள், 'கண்ணகி திருமணத்தில் தாலி அணியவில்லை. மங்கல அணி என்பதற்கு இயற்கை அழகு என்றே பொருள். அது தாலி அல்ல' என்று பல மேற்கோள்கள் காட்டியும், அடியார்க்கு நல்லார் உரையைச் சுட்டிகாட்டியும் நிலை நாட்டியிருக்கிறார். "கோவலனை விட்டுத் தனித்திருந்த போது மங்கல அணியைத் தவிர பிற அணிகளை அவள் அணியாதிருந்தாள்" என்று இளங்கோவடிகள் கூறியிருக் கின்றார். இதில் மங்கல அணி என்பது தாலியைத்தவிர வேறு எதுவாக இருக்கலாமென்று சிந்திக்க வேண்டியிருக்கிறது.

நகை, அழுகை, இளிவரல், மருட்கை, அச்சம் வீரம், வெகுளி, உவகை, நடுநிலை ஆகிய ஒன்பது சுவைகளும் இக் காப்பியத்தில் திகழ்கின்றன. என்றாலும் அவலச்சுவையும் வீரச்சுவையும் இக்காப்பியத்துள் உயர்ந்து சிறந்து நிற்கின்றன.

தமிழ்நாட்டிற்கு என்று ஒரு வரலாறு இல்லை; தமிழ் மக்களுக்கு என்று ஒரு வரலாறு இல்லை; என்ற குறையைப் போக்க இந்நூல் ஒரு வரலாற்றுக் காப்பியமாகத் திகழ்வதோடு, தமிழின், தமிழரின், தமிழகத்தின் கலைக்களஞ்சியமாகவும் காட்சி அளித்துக் கொண்டிருக்கிறது.

காப்பியச்சுவை

1. பூம்புகார்

சிலப்பதிகாரத்தின் திருப்புமுனை காவிரிப்பூம் பட்டினத்தின் கடற்கரையில் தான் தொடங்குகிறது. கோவலன் யாழ் வாசித்ததும், அவன் வேறு ஒரு பெண்ணை நினைந்து பாடினான் என மாதவி நினைத்து அந்த யாழை வாங்கித் தானும் வேறு ஒருவனை நினைந்து பாடியதாகச் சிலப்பதிகாரத்தில் இருக்கிறது என்று பல உரையாசிரியர் களும் கருதி எழுதியிருக்கிறார்கள். இதில் நான் மாறுபடுகிறேன். என் கருத்து இது :-

கண்ணகி என்ற பெயர் தமிழகத்தில் எந்த இலக்கியத்திலும் அதற்குமுன் இல்லை. புறநானூற்றில் ஒரு பாடலில் மட்டும் இப்பெயர் காணப்படுகிறது. அதுவும் ஐயப்பாட்டுக்குரியது என்று அறிஞர்கள் கருதுகின்றனர்.

கண்ணகி என்ற பெயரைக் கண்அக்கி என்று பிரித்து அவள் மதுரையை எரித்ததால் கண்ணில் நெருப்பை உடையவள், கண் - அக்கி, பிறகு கண்ணகி ஆயிற்று என்று ஒருவர் கூறியிருக்கிறார். நான்கு எழுத்து உள்ள ஒரு சொல்லில் இரண்டு எழுத்து தமிழ், இரண்டு எழுத்து வடமொழி எழுத்தாக இருக்குமா என்று எண்ணிப்பார்க்க வேண்டிய ஒன்று. அதைவிட கண்ணகி என்று நேரிடை யாகவே பிரித்து (ணகி - இல்லை) கண்- ணகி, கண் இல்லாதவள் என்று கூடக் கூறுவார்கள் போலும். உண்மையில் அவள் பெயர் கண்ணழகி என்று இருந்து,

ழகரம் கெட்டு கண்ணகி என்று மருவி இருக்கலாம் என்று தெரிகிறது. இளங்கோவடிகளும் கண்ணகியின் கண்ணழகைப் பற்றிக் குறிப்பிட்டிருக்கிறார். "கருநெடுங்கண்ணி" என மாதவியைக் கூறிய இளங்கோவடிகள், கண்ணகியைக் கயல் நெடுங்கண்ணி எனவும், கயற்கண்ணி எனவும் கூறியிருப்பதினாலும் இவ்வுண்மையை உணரலாம். இதிலிருந்து கண்ணகி கண்ணழகி என்பதும், அதுவும் கயற்கண் பெற்றவள் என்பதும் தெரிகிறது.

கோவலன் காவிரி கடலொடு கலக்கும் கடற்கரையில் இருந்துகொண்டு காவிரியின் நீர்ப்பெருக்கத்தையும் அது சோழநாடு முழுவதையும் வாழவைத்து, ஆடி மகிழ்ந்து கடலில் போய்ச் சேர்வதையும் காண்கிறான். சோழ மன்னன் படையெடுத்துச் சென்று கங்கைவரை கைப்பற்றி ஆட்சிபுரிகிறான். இருந்தாலும், காவிரி அவனைப் புலந்து கொள்ளாமல் அவனது நாடு முழுவதும் பரவி அந் நிலங்களை வாழவைப்பதை எண்ணுகிறான்.

தன் எதிரில் உள்ள மாதவியையும், தன் மனைவி கண்ணகியையும் நினைக்கிறான், மாதவி கங்கையாகவும் கண்ணகி காவிரியாகவும் அவனுக்குத் தோற்றமளிக் கின்றன. கட்டிய மனைவியை வீட்டில் வைத்து விட்டு தான் மாதவியோடு மகிழ்ந்திருப்பதைக் கண்டும், கண்ணகி தன்மீது சீற்றங்கொள்ளவில்லையே; இது கற்பின் திறன் என்று கருதித் தன் தவறை உணர்கிறான். இதைத்தான் நினைந்து கோவலன் யாழ் வாசிக்கும்போது பாடுகிறான்:-

"திங்கண்மாலை வெண்குடையான் சென்னிசெங்கோ

லதுஓச்சிக்
கங்கை தன்னைப் புணர்ந்தாலும் புலவாய் வாழி காவேரி,
கங்கைதன்னைப் புணர்ந்தாலும் புலவாதொழிதல்
கயற்கண்ணாய்
மங்கைமாதர் பெருங்கற்பென் றறிந்தேன் வாழி காவேரி"

என்பதே அப்பாடல். இப்பாடலிலிருந்து கோவலன் வேறு ஒரு பெண்ணை நினைந்து பாடவில்லை. தன்மனைவியை நினைந்தும், அவள் கற்பை நினைந்தும், தான் மற்றொரு பெண்ணோடு மகிழும் தவறை நினைந்தும் பாடியிருக்கிறான். அதிலும் 'கயற்கண்ணாய்" என்று கண்ணகியை அழைத்தே பாடியிருக்கிறான் என்று நன்கு தெரிகிறது. இது அவனுடைய நேர்மையைக் காட்டுகிறது. இது அவ னுக்குள்ள உரிமை.

இதைக்கண்டு மாதவி யாழை வாங்கித் தான் வேறு ஒருவனை நினைந்து பாடுவது எவ்வளவு பெரிய தவறு அப்படிப் பாட அவளுக்கு என்ன உரிமை இருக்கிறது? இது மாதவி செய்த பெருந்தவறு என்பது சிந்தித்துப் பார்க்க வேண்டிய ஒன்று. இதுதான் சிலப்பதிகாரத்தின் ஒரு பெருந்திருப்பம். இதுதான் கோவலன் திருந்தவும், உண்மையை உணரவும், கண்ணகியை நாடித் திரும்பி வரவும் வழிவகுக்கிறது.

2. இசை

இசை முத்தமிழில் உள்ள ஒன்று. தமிழகத்தின் சொந்தச் சொத்து. இது தமிழ், தமிழர், தமிழகம் தோன்றிய காலத்தே தோன்றி உலகத்தின் தொன்மையான இசையாகக் காட்சியளித்து வருகிறது.

தமிழ்ச் சான்றோர்கள் ஒழுக்கத்தை உயர்ந்த ஒன்றாக்கி, இலக்கணத்தை அகம், புறம் என இரண்டாக்கி தமிழை இயல், இசை, நாடகமென மூன்றாக்கி; காற்றைக் கோடை, கொண்டல், வாடை, தென்றல் என நான்காக்கி; நிலத்தைக் குறிஞ்சி, முல்லை, மருதம், நெய்தல், பாலை என ஐந்தாக்கி; சுவையை இனிப்பு, கசப்பு, புளிப்பு, கார்ப்பு, உப்பு, உவர்ப்பு என ஆறாக்கி; இசையைக் குரல், துத்தம், கைக்கிளை, உழை. இளி விளரி, தாரம் என ஏழாக்கிக் கண்டனர். கண்டு பல்லாயிரம் ஆண்டுகளாயின. எனினும் உலகத்தின் எந்த நாட்டினரும், எந்த மொழியினரும், எந்த அறிஞரும் ஆறாவது நிலத்தையும், ஏழாவது சுவையையும், எட்டாவது இசையையும் இன்னும் காணமுடியவில்லை. இசையின் ஒலிச்சுருக்கமாக ஆ, ஈ, ஊ, ஏ, ஐ, ஓ, ஔ எனக் குறித்தனர். இதை இப்பொழுது சிலர் 'சரிகமபதநி' என மாற்றியிருக்கின்றனர். இசையைச் சங்கீதம் எனவும், பண்ணை ராகமெனவும், ஆலத்தியை ஆலாபரணம் எனவும், அலகை சுரமெனவும் மாற்றித் தமிழிசையையே கர்நாடக இசை எனக்கூறி, அது தமிழிசைக்கு வேறானது என்றும் கூறிக் கொண்டிருக்கின்றனர். கர்நாடக இசை என்பதும் தமிழிசை என்பதும் ஒன்றே; வேறல்ல.

வட நாடுகளில் பல கடற்கரையே இல்லாதவை. சிலநாடுகளில் மட்டும் ஒருபுறம் கரையுண்டு. தமிழ்நாட்டில் மட்டும் முப்புறமும் அலைகடல்கள். இதனால் தமிழ் நாட்டிற்குக் கரைநாடு என்றும், தமிழ் நாட்டு இசைக்குக் கரைநாட்டு இசை என்றும் பெயர். இதை ஆங்கிலேயர் கர்நாடிக் மியூசிக் *(Carnatic Music)* என்றனர். இதையே சிலர் கர்நாடக இசையென்றனர்.

கர்நாடக இசை என்பதிலும் தவறில்லை. கர்நாடகம் என்பது பழமை என்பதையும், கர்நாடக இசையென்பது பழமையான இசை என்பதையுமே காட்டும்.

சிலப்பதிகாரத்தின் மூன்றாவது காதையாகிய அரங் கேற்று காதையில் இளங்கோவடிகள் இசை நுணுக் கத்தை அமைப்பை, அழகை, இலக்கணத்தை மிக விரிவாகக் கூறியிருக்கிறார். இதுவே 1800 ஆண்டுகளுக்கு முன்னையது. அதில் காணப்படும் மேற்கோளாக காட்டப்படுகின்ற இசை நுணுக்க நூல்கள் எத்தனை ஆயிரம் ஆண்டு காலத்திற்கு முந்தியதோ தெரியவில்லை; அந்நூல் களின் பெயர்கள் இவை:- 1, பெருநாரை, 2. பெருங் குருகு, 3. பஞ்சபாரதீயம், 4. இசைநுணுக்கம். இவற்றில் ஒருநூல்கூட இன்று இல்லை. எல்லாம் காலத்தால் அழிந்தன. கரையான்களால் தின்னப்பெற்றும் பகைவர்களால் எரிக்கப்பெற்றும், ஆடிப் பதினெட்டில் அச்சுவடிகள் அள்ளிப்போடப்பெற்றும் அழிந்து போயின. இன்று கிடைக்கும் இந்நூல்கள் பஞ்சமரபும், சிலப்பதிகாரமுமே ஆகும்.

இசைக்கருவிகளின் வகையனத் தோல்கருவி, துளைக் கருவி, நரம்புக்கருவி என மூவகையாக வகைப்படுத்தி இம் மூன்றுக்கும் தமிழுக்கே சிறப்பாக உள்ள ழகரத்தை வைத்துத் தோல் கருவிக்கு முழவு என்றும், துளைக் கருவிக்குக் குழல் என்றும், நரம்புக்கருவிக்கு யாழ் என்றும் பெயர் வைத்திருக்கின்றனர். இம் மூன்று சொற்களிலும் ழகரம் இருந்து இவை தமிழன் கண்டவை என்றும், இவை தமிழின் சொத்து, தமிழரின் சொத்து, தமிழகத்தின் சொத்து என்றும் காட்டிக்கொண்டிருக்கின்றன.

பழம்பாடல் ஒன்று-தமிழன் விலங்கோடு விலங்காக வாழ்ந்த காலத்தில் விலங்கினங்களைக் கொன்று தின்று, அதன் தோல்களை மரக்கிளைகளிலேயே காயவைத்தான். காய்ந்த தோலின் மீது உலர்ந்த குச்சிகள் உராய்வதைக் கொண்டு தமிழன் தோல் கருவியைக் கண்டு பிடித்தான். தமிழன் விலங்கினங்களை வேட்டையாடும்பொழுது வில்லின் நாணிலிருந்து கிளம்பும் ஒலியைக் கொண்டு நரம்புக் கருவியைக் கண்டுபிடித்தான். ஆற்றின் இரு புறங்களிலுள்ள நாணற்செடியிலுள்ள தீஞ்சுவையை வண்டுகள் துளைத்துச் சுவைத்து உண்ட பிறகு. அதன் உள்ளே தென்றல் காற்று புகுந்து ஓசையிடுவதைக் கண்டு தமிழன் துளைக்கருவியைக் கண்டு பிடித்தான் என்று கூறுகிறது. இது எத்தனையாயிரம் ஆண்டுகளுக்கு முன்போ? அறிய முடியவில்லை.

சிலம்பில் அரங்கேற்றுகாதையில் ஆடுமகள் இலக்கணம், பாடுமகள் இலக்கணம், யாழாசிரியன் அமைதி, குழலாசிரியன் அமைதி, ஆடலாசிரியன் அமைதி, பாடலா சிரியன் அமைதி முதலியவைகளும், இவற்றின் அமைப்பும், ஒற்றைக்கை அபிநயம், இரட்டைக்கை அபிநயம், நயங்களின் நுணுக்கமும் நன்கு விளக்கப்பெற்றிருக்கின் றன. இவற்றை நாட்டிய அறிஞர்களும், நாடக அறிஞர் களும், இசை அறிஞர்களும் விரும்பிப் படிப்பது நல்லது.

குறிஞ்சி, முல்லை, மருதம், நெய்தல், பாலை முதலிய ஐவகை நிலங்களுக்கும் ஏற்ற பண்களையும், காலைப்பொழு திற்கும் மாலைப்பொழுதிற்கும் ஏற்ற பண்களையும், தமிழகத்து இசையறிஞர்கள் மூவாயிரம் ஆண்டுகளுக்கு முன்பாகவே, தங்கள் நுண்ணறிவால்

பெரிதும் முயன்று அறிந்து கூறியிருப்பது நம் உள்ளத்தையெல்லாம் மகிழவைக்கிறது.

தமிழிசை 11,991 வகையெனச் சிலப்பதிகாரத்திலிருந்து அறியமுடிகிறது. இதைத் "தொண்டு மீண்ட பன்னீராயிரம்" என்ற சொற்றொடர் அறிவித்துக் கொண்டிருக்கிறது.

இது இசையின் பெருக்கத்தை மட்டும் காட்டுவதாக இல்லை. மற்றொரு உண்மையையும் காட்டிக் கொண்டிருக்கிறது.

அது தமிழ்மக்கள் அக்காலத்தில் ஏழு, எட்டு, தொண்டு, பத்து என்றும்; எழுபது, எண்பது, ஒன்பது, நூறு என்றும்; எழுநூறு. எண்ணூறு, தொண்ணூறு ஆயிரம் என்றும்; ஏழாயிரம், எட்டாயிரம், தொள்ளாயிரம், பத்தாயிரம் என்றும் எண்ணல் அளவையைக் கைக்கொண்டிருந்தனர் என்றும், ஒன்பது என்பதைக் குறிக்கின்ற தொண்டு என்ற சொல் இருந்தது என்றும், அது மறைந்து போனதால் அந்த இடத்தில் ஒன்பது வந்து, அதனிடத்தில் தொண்ணூறும், அதனிடத்தில் தொள்ளாயிரமும் வந்து மாறி அமைந்து விட்டன என்றும் தெரியவருகிறது. அது மட்டுமல்ல. எண்பது, ஒன்பது, நூறு என்ற வழக்கும், எண்ணூறு. தொண்ணூறு, ஆயிரம் என்ற வழங்கும் எண்ணாயிரம், தொள்ளாயிரம், பத்தாயிரம் என்ற வழக்குமே சரியானவை என்று அறிஞர்கள் கருதுகின்றனர். இவ் வுண்மையையும் சிலப்பதிகாரம் நமக்குக் காட்டிக் கொண்டிருக்கிறது.

குழல் செய்வதற்கு மூங்கில், சந்தனம், வெண்கலம். செங்காலி, கருங்காலி என ஐந்தும் மட்டுமே தேர்ந்

தெடுக்கப் பெற்றிருக்கின்றன. இவற்றுள்ளும் மூங்கிலில் செய்வது உத்தமம் எனவும், வெண்கலம் மத்திமம் எனவும், மற்றவை அதமம் எனவும் கூறப்பெற்றுள்ளது. இவையனைத்தும் பயன்படுத்தி இவ்வுண்மையை அறிய எத்தனையாயிரம் ஆண்டுகளாயினவோ? அறிந்து கூறி இரண்டாயிரம் ஆண்டுகளும் ஆகிவிட்டன!

கையால் தட்டிக் கிளப்பும் ஒலிக்குப் பாணி என்றும், காலால் தட்டிக் கிளப்பும் ஒலிக்குத் தாளம் (தாள் அம்) என்று பெயரிட்டிருப்பது வியப்புக்குரியது.

நடன அரங்கு அமைப்பு ஒரு கோல் உயரமும், ஏழு கோல் அகலமும், எட்டுக் கோல் நீளமும் இருக்கவேண்டு மென்று குறிக்கப்பெற்றிருக்கிறது. ஒரு கோல் என்பது உத்தமன் கைப்பெருவிரல் அகலம் இருபத்தியொன்று கொண்டது. உத்தமன் என்பவன் அதிக உயரமும் அதிக குட்டையும் இல்லாதவனும், அதிக தடிப்பும் அதிக ஒல்லியும் இல்லாதவனும் என்றும் குறிக்கப்பெற்றிருக்கிறது.

மிடற்றால் குரல், நாவால் துத்தம், அண்ணத்தால் கைக்கிளை, சிரத்தால் உழை, நெற்றியால் இளி, நெஞ்சால் விளரி, மூக்கால் தாரம் எனவும், இவற்றின் ஓசைக்கு உவமை முறையே :- மயில், காளை, ஆடு, கொக்கு, குயில், குதிரை, யானை எனவும், சுவைக்கு உவமை முறையே:- பால், தேன், கிழான், நெய், ஏலம், வாழை, மாதுளங்கனி எனவும், மணத்திற்கு உவமை முறையே - மௌவல், முல்லை, கடம்பு. வஞ்சி, நெய்தல், பொன்னாவிரை, புன்னை எனவும், மாத்திரை அளவு :- குரல் 4, துத்தம் 4. கைக்கிளை 2, உழை 3, இளி 4. விளரி 3, தாரம் 2, என வும் கண்டு கூறியுள்ளனர். இவையனைத்தும்

நமது முன் னோர்கள் இசையை எவ்வளவு நுணுக்கமாக ஆராய்ந்திருக் கிறார்கள் என்பதைக் காட்டிக் கொண்டிருக்கின்றன.

இசைக்கும் பக்க இயத்திற்கும் (பக்கவாத்தியம்) இசை இலக்கணம் கூறும்போது பருந்தும் அதன் நிழலும் போல் இருக்கவேண்டுமென்று கூறுகிறார். பருந்தைத் தொடர்ந்து அதன் நிழல் ஏறி இறங்கித் திரும்பிச்செல்வது போல, பாடகரின் இசையைப் பின்பற்றியே பக்கவாத்தியமும் ஏறி இறங்கி, திரும்பி, பின்னால் செல்லவேண்டு மென்பது இதன் கருத்து. பாடகருக்கு முன்னால் பக்கவாத் தியம் செல்வது தவறு என்பது முடிவு. இம்முடிவை தமிழிசை அறிஞர்கள் ஐயாயிரம் ஆண்டுகளுக்கு முன்பே கண்டிருப்பது நம்மை வியப்படையச் செய்கிறது.

3. ஓவியத்துள் ஓர் ஓவியம்

காவியம் என்றால் அதில் ஓர் ஓவியம் தோன்ற வேண்டும்; ஓவியம் என்றால் அதில் ஒரு காவியம் தோன்ற வேண்டும் என்பது அறிஞர்களின் முடிவு. இளங்கோவடிகள் இதையும் தாண்டி ஓவியத்துள் ஓர் ஓவியத்தைக் காண்பவர் என்று தெரிகிறது. கானல் வரியில், இளங்கோவடிகள் ஒரு பெண்ணின் முகத்தைக் காட்டி, "இது திங்களா?" (சந்திரனா?) என்று நம்மைக் கேட்கிறார். கண்ணெழுதி, புருவமெழுதி, கூந்தலை யெழுதி. அழகையுமெழுதி என்று அவர் எழுதவில்லை. 'கயலெழுதி, வில்லெழுதி, காரெழுதி காமன் செயலெழுதித் தீர்ந்தமுகம் திங்களோ? காணுங்கள்' என்கிறார். இது காவியத்துள் எழுதப்பெற்ற ஓர் ஓவியம். இனி ஓவியத்துள் ஓர் ஓவியமாக அவர் எழுதிக்காட்டுவது

இன்னும் ஒன்று. அது கண்ணுக்குப் பாண்டியனுடைய சின்னத்தையும் புருவத்திற்கு சேரனுடைய சின்னத்தையும் கூந்தலுக்கு புனல்நாடனாகிய சோழனுடைய கார்காத்தலையும் குறித்து எழுதிக்காட்டியிருக்கு ஓவியமேயாகும்.

“புனல் நாடன்" என்பது புனல், புனல்நாடு, புனல் நாடன் ன்றாகி, நீரின் நிறைவையும், நீர்நிறைந்த நாட்டையும், நீர்நிறைந்த நாட்டை ஆளும் மன்னனையும் குறிக்கும். வான் பொய்ப்பினும் தான் பொய்யாக் காவிரியானது சோழர்தம் குலக்கொடியாகும். வான் பொய்ப்பினும் என்பதிலுள்ள உம்மை, வானம் பொய்க்காது என்பதையே காட்டுகிறது. அவனுடைய நாட்டில் மேகம் கருநிறங்கொண்டு பொழிந்து கொண்டேயிருக்கும். அதனால் சோழமன்னனது நிலத்திலும் கார், அது பொழிந்து விளைவிக்கும் நெல்லும் கார். ஆகவே காரைச் சோழ மன்னனது சின்னமாகவே எழுதிக் காட்டியிருக்கிறார். இதில் கண், புருவம், கூந்தல் என்பன காவியம். கயல், வில், கார் என்பன ஓவியம். இம்மூன்றும் மூவேந்தர் களின் சின்னங்கள் என்பது ஓவியத்துள் ஓர் ஓவியம். இது நம்மை மகிழச் செய்கிறது. "இது கவிதை; இவன் புலவன்” என்பதைத் தவிர, வேறொன்றும் நம்மால் கூறுவதற்கில்லை.

4. ஆறைங்காதம்

கோவலன் கண்ணகியை அழைத்துக்கொண்டு சிலம்பை விற்பதற்காக மதுரைக்குப் புறப்படுகின்ற பொழுது, கண்ணகி மதுரை எவ்வளவு தூரம் இருக்கு மென்று கேட்டனள். கோவலன் அதன் தூரத்தைக் கூறியதை, இளங்கோவடிகள்-

"ஆறைங்காதம்.........."

எனக் கூறுகின்றார். இதில் ஆறைங்காதம் என்று கூறி யிருப்பது ஆறு, ஐந்து, காதம் என பொருள்படும். உள்ள படியே புகாரிலிருந்து மதுரை நகரம் 300 மைல் தூரம் இருக்கும். ஒரு காதம் 10 மைல். ஆறைந்து 30 காதம் என்று கூறியிருப்பது அதன் தொலைவை உள்ளவாறே கூறிவிட்டதாகும். அவ்வளவு தூரத்தைக் கூறினால் கண்ணகி பயந்துவிடுவாள் எனக் கருதி ஆறைந்து என்பது ஐந்து, ஆறு காத தூரந்தான் இருக்குமென்று தேற்றியதாகவும் கருத இடந்தருகிறது. இது இளங்கோவடிகளின் நுண்ணறிவையும், புலமை நயத்தையும் நமக்கு எடுத்துக் காட்டுகிறது.

5. புறஞ்சிறை வாரணம்

கோவலனும் கண்ணகியும் உறையூர் நகரில் புகுந்த காட்சியையும் விளக்கியிருக்கிறார். அது-

"முறஞ்செவி வாரணம் முன்சம முருக்கிய
புறஞ்சிறை வாரணம் புக்கனர்"—

என்பது. இந்த அடிகள் நமக்கு உறையூரின் சிறப்பையும், அதன் வரலாற்றின் ஒரு பகுதியையும் கூறுகின்றன. அக்காலத்தில் ஒரு கோழி தன் குஞ்சுகளுடன் மேய்ந்து கொண்டிருந்த போது, அவ்வழியே வந்த யானை தன் குஞ்சுகளை மிதித்துவிடுமோ என்று அஞ்சி, கோழி பறந்து சென்று யானையைக் கொத்தியது என்பது உறையூரின் வரலாறு. இதனால் உறையூருக்குக் 'கோழியூர்' என்றும், 'கோழிநகர்' என்றும் பெயர்கள்

உள்ளன. முறஞ்செவி வாரணம் என்பது யானையையும், புறஞ்சிறை வாரணம் என்பது கோழியையும் குறிக்கும். இவ் வரலாறு கோழியின் வீரத்தை மட்டும் குறிக்க வில்லை. சோழ நாட்டு மண்ணின் வீரத்தையும் குறிப்பதாகும். இந்த மண்ணில் பிறந்தவர்கள் எதிரி தன்னிலும் வலிமையுள்ளவன் என் அறிந்தாலும், வெற்றியா? தோல்வியா? என்று நினையாமல். தங்களின், தங்கள் மண்ணின் உரிமையைப் பாதுகாக்க உயிரையும் பொருட் படுத்தாமல் போராடுவார்கள் என்ற செய்தியையும் இது காட்டுகிறது.

6. வைகை

கோவலனும் கண்ணகியும் மதுரை நகருள் வடதிசையிலிருந்து புகுந்த செய்தியைச் சிலப்பதிகாரம் வெகு அழகாகக் கூறுகிறது. அவர்கள் வைகையாற்றைக் கண்டனர், பெருக்கெடுத்து ஓடுகின்ற வைகையின் நீர்ப் பரப்பின்மேல் பூக்கள் மிதந்து சென்றன. நீர் தெரியாமல் பூக்களே தெரிந்தமையால் அது புனல்யாறு அன்று, பூவாறு என்று கண்ணகியும் கோவலனும் கூறுகிறார்கள். வைகை ஆற்றின் இருபுறமும் குதிரைமுக ஓடமும், யானை முக ஓடமும், சிங்கமுக ஓடமும் ஓடிக்கொண்டிருக்கின்றன. ஓடக்கோலுக்கு நிலைத்து நில்லாத நீர்ப்பெருக்கில் அவ் வோடங்கள் அனைத்தும் ஓடிக்கொண்டிருக்கின்றன.

"மாதவத் தாட்டியோடு மரப்புணையேறி
தேமலர் உறும்பொழில் தென்கரை எய்தினர்"

என்று இளங்கோவடிகள் கூறுகின்றார்.

இது 1800 ஆண்டுகளுக்கு முன்பு உள்ள வைகையின் தோற்றத்தையும், அதில் ஓடும் படகுகளின் அழகு, அமைப்பு, பெயர் முதலியவைகளையும் விளக்கிக் காட்டி, நம்மை வியப்படையச்செய்கிறது. இன்றைய வைகையின் தோற்றத்தைப் பார்ப்பவர்கள் இவற்றை எண்ணி எண்ணி ஏங்க வேண்டும்.

7. கண்ணென்ன கண்ணே!

மதுரைக் காண்டத்தில் ஆய்ச்சியா குரவையில் ஒரு பாடல் வருகிறது. அது

"பெரியவனை மாயவனை.......
கரியவனைக் காணாத கண்ணென்ன கண்ணே"

என்பது. இது திருமாலைக் காணாத கண்கள் கண்களல்ல என்று உறுதியாகக் கூறுவதாக உள்ளது. இது காண்கின்ற கண்கள்தான் கண்கள் என்பதைக் குறிப்பிடுகிறது.

ஆய்ச்சியரில் அடுத்த ஒருத்தி, "காண்கின்ற கண்களும் என்ன கண்கள்?" என்று ஒரு கேள்வியை எழுப்புகிறாள். இது முன்னவள் கூறிய கருத்தை மறுப்பது போலக் காட்டுகிறது. இவளுடைய கேள்வி "இமைத்துப் காண்பார் தம் கண்ணென்ன கண்ணே" என்பது. கண்ணனைக் காண்கின்ற மக்கள் தங்கள் கண் இமைகளை இமைத்துக் காண்கின்றார்கள். அந்தக் கண்கள் பயனற்றவை என்பது அவளுடைய முடிவு. காண்கின்ற கண்கள் சிறிதும் இமைக்காமல் அவனையே கண்டு மகிழ வேண்டும். அப்போதுதான் கண்ணனது

அழகை முழுமையாகச் சுவைக்க முடியும். கண்களை இமைத்து இமைத்துக் காண்கின்ற பொழுது, அந்த இமைக்கின்ற நேரம் கண்ணனுடைய முகத்தை அன்பை அருளை அழகைச் சுவைக்க முடியாது என்பது அவள் கருத்து. இதனால்தான் அவள் "கரியவனைக் காண்கின்ற கண்கள்தான் நல்ல கண்கள் என்ற முதல் ஆய்ச்சியின் கூற்றை மறுத்து, இமைக்காது காண்கின்ற கண்கள்தான் கண்கள்" என்று வலியுறுத்துகிறாள். இது ஆய்ச்சியர்களின் கருத்தா, இளங்கோவடிகளின் கருத்தா என்று எண்ணிப் பார்க்க வேண்டும். இளங்கோவடிகள் வைணவ சமயத்தை சார்ந்தவரல்லர். அப்படியிருந்தும் மாயவ னுடைய பெருமையை இந்த அளவில் வற்புறுத்திக் கூறுவது அவருடைய பரந்து விரிந்த மனப்பான்மையையே நமக்குக் காட்டுவதாகும்.

8. இமய நெற்றி

“கயலெழுதிய விமய நெற்றியின்
அயலெழுதிய புலியும் வில்லும்" என-

சிலப்பதிகாரத்தில் உள்ள இந்த அடிகள் தமிழகத்திற்கு ஏறத்தாழ 2000 மைல்கள் தூரத்தில் உள்ள இமய மலையைப் பற்றியன. சேர சோழ பாண்டிய மன்னர்கள் மூவரும் அதுவரை சென்று, தங்கள் சின்னங்களை அம்மலையில் பதித்து, அதுவரை தங்கள் ஆட்சியை நடத்தியிருக்கிறார்கள் என்ற வரலாற்றையும் இது கூறுகிறது. அதிலும் முதலில் சென்று தன் இலச்சினையைப் பொறித்தவன் பாண்டியன் என்றும், அடுத்துச் சென்று தன் இலச்சினையைப் பொறித்தவன் சோழனே என்றும், இறுதியாகச் சென்று தன் இலச்சினையைப் பொறித்தவன் சேரமன்னனே என்றும்,

'கயலெழுதிய இமயநெற்றியின் அயலெழுதிய புலியும் வில்லும்" என்ற சொற்றொடர்கள் காட்டுகின்றன. இதைக் கூறுகின்ற. இளங்கோவடிககள்- சேரநாட்டு மன்னர்—எவ்வளவு பெருமையாகத் தன் னடக்கமாகத் தன் நாட்டு வீரத்தை மூன்றாவது இடத்தில் வைத்துக் கூறியிருக்கிறார் என்று எண்ணும்போது நம் உள்ளம் வியப்பையே அடைகிறது. இது இளங்கோ வடிகளின் பெருமையையும் தன்னடக்கத்தையும் காட்டி நம்மை மகிழ்விக்கிறது.

"இம்மூன்று மன்னர்களும் இமயம் வரையில் சென்று ஆங்கு அடிவாரத்தில் உள்ள ஒரு கல்லில் தங்கள் இலச்சினையைப் பொறித்து வந்திருக்கிறார்கள் இதில் என்ன வீரம் இருக்கிறது'' என்று எண்ணிச் சிலர் நகையாடுவார் கள் எனக் கருதி, இம்மன்னர்கள் மூவரும் இமயத்தில் அடி, இடுப்பு, நெஞ்சு, கழுத்து என்ற வரையிலல்ல இமயத்தின் நெற்றிவரை சென்று பொறித்திருக்கிறார்கள் என்ற செய்தியையும், 'கயலெழுதிய இமய நெற்றி' சொற்கள் கூறுகின்றன. இது பழந்தமிழ் மன்னர்கள் மூவரின் ஆற்றலையும், படைப்பெருக்கத்தையும் வலிமையையும் ஆட்சியையும் மட்டுமல்ல, இளங்கோவடிகளின் புலமை நயத்தையும் காட்டி நம்மை மகிழ்விக்கிறது.

9. கோவா மலையரம்

மதுரைக் காண்டத்தில் ஆய்ச்சியர் குரவையில் ஒருவரி

'கோவா மலையாரம் கோத்த கடலாரம்'

என்பது. மலையாரம் என்பது மலையில் விளைந்த பொருள்களையும், கடலாரம் என்பது கடலில் விளைந்த பொருள்களையும் குறிக்கும். மலை
குறிக்கும். மலை விளைபொருள்கள் மான், மயில், தேன், தினை, வள்ளிக்கிழங்கு, மா, பலா முதலிய பல; இவையனைத்தையும் பெயர் சூட்டாமல் மலையாரம் என்பது தன்னுள் அடக்கியிருக்கிறது. கடல்விளை பொருள்கள் முத்து. சிப்பி, பாசி, சங்கு முதலிய பல; இவையனைத்தையும் பெயர் சூட்டாமல் கடலாரம் என்பது தன்னுள் அடக்கியிருக்கிறது. இதுவே நம்மை மகிழ்விக்கும்.

இதற்குமேல் இவை இரண்டிற்கும் அடைமொழிகளாக "கோவா" என்ற செல்லும், "கோத்த" என்ற சொல்லும் இணைக்கப் பெற்றிருக்கின்றன. மலையாரம் அனைத்தும் கோக்க முடியாதவை எனவும், கடலாரம் அனைத்தும் கோக்கக்கூடியவை எனவும் பொருள்படும். இவற்றை இளங்கோவடிகள் எவ்வளவு காலம் ஆய்ந்து கண்டுபிடித்தாரோ நமக்குப் புலப்படவில்லை. இவற்றை இளங்கோவடிகள் ‘‘கோவா மலையாரம் கோத்த கடலாரம் என்ற சொற்களால்" கூறியிருப்பது அவரது நுண்ணிய புலமையைக் காட்டி நம்மை மகிழ்விக்கிறது.

10.கண்டளவே தோற்றான்

சிலப்பதிகாரத்தில் உச்சக் கட்டமாகத் தோன்றும் காட்சி பாண்டியனுடைய அரண்மனைக் காட்சியே யாம் கண்ணகி தன் வாழ்வு பறிபோய்விட்டதே என அறிந்து வருந்திக் கைம்மையை யேற்று அழுதுகொண்டிராமல் மனத்தில் வீர உணர்ச்சியைப் பெற்றுத் தன் கணவன் கள்வனல்லன் என்பதை மெய்ப்பிக்க எண்ணிப்

பாண்டியனது அரண்மனையை நோக்கி நடந்து செல்லும் காட்சியும், "வாயிலோயே வாயிலோயே!" என்று சேவகனை அதட்டுகின்ற சொற்களும், பாண்டியனை நோக்கித் "தேரா மன்னா" என்றும், "நற்றிறம் படராக் கொற்கை வேந்தே" என்றும், அழைக்கின்ற சொற்களும் நம்மை நடுங்க வைக்கின்றன. இக்காட்சியனைத்தையும் இளங்கோவடிகள் ஒரு வெண்பாவில் அடக்கி நமக்குக் காட்டுகின்றார். அது,

"மெய்யிற் பொடியும் விரித்த கருங்குழலும்
கையிற் தனிச்சிலம்புங் கண்ணீரும்- வையைக்கோன்
கண்டளவே தோற்றான் அக்காரிகையின் சொற்செவியில்
உண்டளவே தோற்ற னுயிர்"

என்பது.

இந்த வெண்பா பாண்டியனுடைய அரண்மனையில் நடந்த நிகழ்ச்சிகள் அனைத்தையுமே நமக்குப் படம் பிடித்துக் காட்டுகிறது.

"மெய்யிற் பொடியும்" என்பது கண்ணகி வீதியில் விரைந்த போது உடலிற்பட்ட புழுதி மண். "விரித்த கருங் குழலும்" என்பது கைம்பெண் ஆகிவிட்டதன் அலங்கோலம். "கையில் தனிச்சிலம்பும்" என்பது ஒப்பற்ற சிலம்பு. அதுவும் சாட்சிக்காக. "கண்ணீரும்" என்பது தன் வாழ்வு பறிபோன நிலையைக் காட்டுவது. இந்நான்கையும் வையைக் கோனாகிய பாண்டிய மன்னன் கண்ட அளவிலேயே தோற்றான். ஏதோ தன்னுடைய ஆட்சியில் தவறு நடந்திருக்கிறது என்பதை உணர்ந்து கொண் டான். 'தேரா மன்னா' என்ற

சொற்களைத் தன் காது உண்ட அளவிலேயே 'தோற்றான் உயிர்', உயிரை விட்டு விட்டான் என்பது.

மற்றொரு வெண்பாவிலும் 'கண்டளவே தோற்றான்' என்ற இக்காட்சியை விளக்கிக் காட்டுகிறார். அவ்வெண்பா வின் ஈற்றடி, ''கூடலான் கூடாயினான்" என்பது. இது கூடல் என்பது மதுரையையும், கூடலான் என்பது மதுரை மன்னனையும், கூடாயினான் என்பது அவன் மன்னனு மல்லன் மனிதனுமல்லன், அவனது உடல் வெறுங்கூடு ஆயிற்று என்பதையுங் குறிக்கும். அதுமட்டுமல்ல; அவன் கூடு அல்லாதவன்; 'கூடு ஆகக்கூடாதவன்'; கூடு ஆகி விட்டான் என்ற பொருளையும் குறிக்கிறது. இளங்கோவடிகள், 'தவறே செய்யாத பாண்டிய மன்னன் தன் ஆட்சி யில் நடந்த தவறை எண்ணி உயிரை விட்டுவிட்டானே?' என வருந்திக் கூறியிருப்பதாகவும் இவ்வெண்பாக்கள் அமைந்திருக்கின்றன. "வெண்பாவில் புகழேந்தி" என்பது தமிழ்ப் புலவர்களின் முடிவு. வெண்பாப் பாடுவதில் புகழேந்தி ஒருவரே தகுதியுடையவர் சிறந்தவர் என்பது இதன் கருத்து.ஆனால், அந்தப் புலவர்கள் இளங்கோவடிகளின் இந்த இரு வெண்பாக்களையும் பார்த்த பிறகு தான் அவ்வாறு சொன்னார்களா? பார்ப்பதற்கு முன்னே சொன்னார்களா? என்பது ஐயப்பாட்டிற்குரியது.

என்னைப் பொறுத்தமட்டில் இந்த இருவெண்பாக் களிலுள்ள சுவைகளைச் சுவைக்கும் பொழுது சிலப்பதி காரத்தையே இளங்கோவடிகள் வெண்பாவில் பாடி யிருக்கக்கூடாதா என்ற எண்ணம் தோன்றுகிறது. இந்நிகழ்ச்சி பாண்டியன் பழிபோக்கும் முன்னே உயிர் போக்கினான் என்ற உண்மையையும் காட்டுகிறது.

உடனே பாண்டிய மன்னனுடைய மனைவி கோப்பெருந் தேவி தானும் உயிர்நீத்துத் தன்னுயிர் கொண்டு மன்னுயிர் தேடி மறைந்துவிட்டாள்.

இந்த நிகழ்ச்சிகளால், இக்காப்பியம் தமிழகத்துப் பெருங்குடி மக்களின் அக்கால வாழ்வியலை நமக்குப் படம் பிடித்ததுபோல் காட்டுகிறது.

கண்ணகி பாண்டியன் முன்நின்று தன் கணவன் "கள்வன் அல்லன்' என்றது, மன்னனையும் மற்றவரையும் கள்வர் என்று கூறுவதாகத் தெரிகிறது. மேலும் அவள், தன் கணவன் கள்வன் அல்லன் என்பதை மெய்ப்பிக்கவே 'காவிரிப் பூம்பட்டினத்து வணிகப் பெருங்குடியில் பிறந்த மாசாத்துவானின் மகன் என் கணவன்' என்று சுட்டுவதாகவும் தெரிகிறது.

11. சான்றோர்

உலகின் பல நாடுகளிலும் பெரும்பான்மையோருக்கே மதிப்பு.(மெஜாரிட்டி) தமிழகத்தில் மட்டும் இது எக்காலத்திலும் ஏற்றுக்கொள்ளப் பெற்றதில்லை.
இங்குச் சிறுபான்மையாரான சிலருக்கு மட்டுமே மதிப்பு, ஒரு சிற்றூரில் 300 வீடுகள் இருந்தாலும் அங்குள்ள சான்றோர்கள் இரண்டொருவருக்கே மதிப்பு.
ஒரு சிற்றூரில் மோர்க்காரி மோர் கொண்டு வந்தாள். அவ்வூரிலுள்ள சிலர் அதை வாங்கிக் குடித்து விட்டுக் காசு கொடுக்காமல் அவளை விரட்டி அடித்தார்கள். அதை அவள் பலரிடம் சொல்ல எவருமே நியாயம் வழங்கவில்லை. அதனால் அவள் ஊரின் எல்லையில் நின்று "இதுவும் ஓர் ஊரா? நாசமாய்ப் போக" என்று

மண்ணை வாரித் தூவிவிட்டுச் சென்றாள். அதே மோர்க்காரி மற்றொரு ஊரில் மோர் விற்கச் சென்றபோது, அங்குள்ள சிலர் மோரை வாங்கிக் குடித்துவிட்டுக் காசு கொடுக்காமல் அவளை விரட்டி அடித்தார்கள். அப்போது அவள் அங்கு வந்த ஒரு பெரியவரிடம் இச் செய்தியைக் கூற, அவர் அங்குள்ளவர்களிடம் மோர்க்காரிக்கு காசைக் கொடுத்து விடும்படி கட்டளையிட, அப்படியே எல்லாரும் கொடுத்து விட்டார்கள். பெற்றுக்கொண்ட மோர்க்காரி, அவ்வூரைத் தாண்டிச் செல்லும் போது, "ஊரென்றால் இதுதான் ஊர் இங்கு நியாயம் சொல்லுகிறவர்கள் இருக்கிறார்கள்" எனக் கூறிப் போனாள். இது உலக வழக்கில் மட்டுமல்ல இலக்கிய வழக்கிலும் உள்ளது. அது "உலகம் என்பது உயர்ந்தோர் மாட்டே" என்பதுதான். உயர்ந்தோர் என்பவர் ஒழுக்கத்தில் சிறந்தோர், சான்றோர் என்று ஆவர். மிகக்குறைந்த எண்ணிக்கை உடைய இரண்டொரு சான்றோர்கள் வழியிலேயே தமிழகம் சென்று கொண் டிருக்கிறது. அமெரிக்காவிலும் இங்கிலாந்திலும் 51 வாக்கு களுக்குத்தான் மதிப்பு; 49 வாக்குகளுக்கு ஒன்றுமே இல்லை. அங்கு உலகம் என்பது உயர்ந்தோர் மாட்டே என்றில்லை. உலகம் என்பது மெஜாரிட்டி மாட்டே என்றிருக்கிறது.

தமிழகத்தில் மோர்க்காரி மட்டுமல்ல கண்ணகியுங் கூட இதைத்தான் கேட்டாள். தன் கணவன் கள்வன் அல்லன் என்பது அவளுக்குத் தெரியும். ஆனால் அரசன் அவனைக் கள்வன் என்று தவறாக எண்ணிக் கொலை செய்யும் படி கட்டளையிட்டு விட்டான். கண்ணகி உள்ளம் கொதித்தது. அரசனுக்கு இவ்வுண்மையை உணர்த்தாமைக்கு, "இந்நாட்டில் தெய்வமும்

உண்டுகொல் தெய்வமும் உண்டு கொல்" என்று அலறினாள். விடை வரவில்லை. அடுத்து அவள் "சான்றோரும் உண்டுகொல், சான்றோரும் உண்டு கொல்" எனக் கதறினாள். விடை வரவில்லை. அன்றைக்கு மதுரைநகரில் குறைந்தது 30,000 பேர்களாவது இருக்கலாம். அவர்களில் இரண்டொருவர் கூடச் சான்றோர்கள் இல்லையா? என்பதே அவள் கேள்வி. இருந்தால் அரசனுக்கு உண்மையை உணர்த்தியிருப் பார்களே! தன் கணவன் உயிர் பிழைத்திருப்பானே! தன் வாழ்வு பரிபோகாதிருக்குமே! என்றெல்லாம் எண்ணிக் கதறினாள். விடை வரவில்லை. அவள் மனம் எரிந்தது. மன்னன் மனை எரிந்தது. மதுரை நகர் எரிந்தது.

இந்நிகழ்ச்சி அக்காலத்தில் மதுரை நகரில் சான்றோர் எவரும் இல்லாமையால் வந்த நிகழ்ச்சி என்றே தெரிகிறது.

பிறகு கண்ணகி மதுரையை விட்டுப் புறப்படும் பொழுது,

"கீழ்த்திசை வாயிலில் கணவனொடு புகுந்தேன், மேல் திசை வாயிலில் தனித்துச் செல்கிறேன்" என்று புலம்புவது நம் உள்ளத்தைச் சுடுகிறது.

12. கண்ணகி

பெண்களுக்குரிய அச்சம், மடம், நாணம், பயிர்ப்பு என்பவைகளோடு கற்பு நெறியைத் தமிழகத்துச் சான்றோர்கள் மிகவும் உயர்த்திப் போற்றி

வந்திருக்கிறார்கள். அவற்றுள் தலை சிறந்த ஒன்று 'பிறர் மனம் புகாமை' என்பது.

இது ஒரு பெண் பிறரை நினைப்பது என்பதல்ல; பிறர் உள்ளத்தில் தன் நினைவு வராமை என்பதே ஆகும். இது கற்பு நெறிகளிலெல்லாம் மிக மிக உயர்ந்த ஒன்று.

இதற்கு எடுத்துக்காட்டாக கூறுவதற்குத் தமிழகத்திலும் கூட கண்ணகியைத் தவிர வேறு எவரையும் கூறுவதற்கில்லை.

கண்ணகியைப் பற்றி இளங்கோவடிகள் தன்கூற்றாகக் கூறாமல் பிறர் கூற்றாகக் கூறிக் கண்ணகியை நமக்குப் படம் பிடித்துக் காட்டுகிறார். கோவலன் கூறுவதாக இளங்கோ அடிகள் கூறுவது:

"மாசறு பொன்னே வலம்புரி முத்தே
காசறு விரையே கரும்பே தேனே
அரும்பெறற் பாவாய் ஆருயிர் மருந்தே
பெருங்குடி வாணிகன் பெருமட மகளே
மலையிடைப் பிறவா மணியே யென்கோ
அலையிடைப் பிறவா அமிழ்தே என்கோ
யாழிடைப் பிறவா இசையே என்கோ"

என்று முதல் நாள் பள்ளியறையில் கூறியுள்ளான், பின்பு அவன் மதுரையில், அவள் முன்னிலையில் ....

'நாண முமடனு நல்லோ ரேத்தும் பேணிய கற்பும்
பெருந்துணை யாக என்னொடு போந்தீங் கென்துயர்

களைந்த பொன்னே கொடியே புனைபூங் கோதாய்
நாணின் பாவாய் நீணில விளக்கே
கற்பின் கொழுந்தே பொற்பின் செல்வி"

எனக் கூறியுள்ளான்.

கவுந்தியடிகள் கூறுவது,

கற்புக்கடம் பூண்ட இத்தெய்வ மல்லது
பொற்புடைத்தெய்வம் யாங்கண் டிலமால்"

சாலினி கூறுவது,

"இவளோ கொங்கச் செல்வி குடமலையாட்டி
தென்றமிழ்ப் பாவை செய்தவக் கொழுந்து ஒருமா
மணியா யுலகிற் கோங்கிய திருமாமணி"

மலைநாட்டுக்குறவர் கூறுவது

"கான வேங்கைக் கீழாளோர் காரிகை.......
....தனித்துயரெய்தி
வானவர் போற்ற வானகம் பெற்றனள் என்நாட்டாள்
கொல் யார்மகள் கொல்லோ"

வேண்மா,

"காதலன் துன்பங் காணாது கழிந்த
மாதரோ பெருந்திரு வுறுக வானகத்து

அத்திறம் நிற்க நம் மகனா டடைந்தவிப் பத்தினிக் கடவுளைப் பரவுதல் வேண்டும்"

எனச் சேரன் செங்குட்டுவனின் மனைவி வேண்மா கூறியுள்ளாள்.

கோவலன் தன் பொருள்கள் அனைத்தையும் இழந்து கண்ணகியைத் தேடி வந்த போது, கண்ணகி 'நலங்கேழ் முறுவல் நகைமுகம் காட்டிச் சிலம்புள' என்று கூறுவது அவளது பெருந்தன்மையைக் காட்டுகிறது.

மதுரையில் மாதரி வீட்டில் கண்ணகியிடம் கோவலன் தன் தவறுகளை உணர்ந்து கூறியபோது, கண்ணகி "நீங்கள் போற்றா ஒழுக்கம் புரிந்தீர். அதற்காக நான் வருந்தவில்லை. அறவோர்க்கு அளித்தலும் அந்தணர் ஓம்பலும் துறவோர்க்கு எதிர்தலும் தொல்லோர் சிறப்பின் விருந்து எதிர்கோடலும் இழந் தமைக்காகத்தான் வருந்தினேன்" என்று கூறியிருப்பது, இல்லறத்தார் புரியும் விருந்தோம்பலின் சிறப்பையும், கணவனைப் பிரிந்த மனைவிக்கு அவை இல்லாத நிலையையும் நமக்கு உணர்த்துகிறது.

13. மாதவி

மாதவி விலைகமள் மரபினளாயினும், அவள் ஒரு கற்பரசியாக வாழ்ந்த நெறியையும், கோவலன் பிரிந்த போது அவள் வருந்திய நிலையையும், கண்ணகியை அவள் "குலப்பிறப்பாட்டி" என்று கூறுகின்ற முறையையும், தான் கணவனின்றி வாழ விரும்பாமையால் துறவு பூண்ட நிலைமையையும், தன் மகள் மணிமேகலையைக் 'கண்ணகியின் மகள்' என்று

கூறுவதையும் காணும்போது, மாதவி பண்பட்ட நெறியில் நின்ற ஓர் உயர் குடிப் பெண்ணாகவே நமக்குக் காட்சியளிக்கிறாள்.

"மாதவி தன் துறவுங் கேட்டாயோ தோழி
மணிமேகலை துறவுங் கேட்டாயோ தோழி"

என்று அடித்தோழி அரற்றிக் கூறுவது, மாதவியின் உள்ளத்தையும் மணிமேகலையைப் பெற்ற அவளது மணி வயிற்றின் பெருமையையும் காட்டுவதாகத் தெரிகிறது.

14. நாடகம்

1. பரதம் 2. அகத்தியம் 3. முறுவல் 4. சயந்தம் 5. குணநூல் 6. செயிற்றியம் 7. மதிவாணர் நாடகத்தமிழ் நூல்.

என்ற நாடக நூல்கள் பல இருந்தன என்று சிலப்பதி காரத்தால் தெரிகிறது. இந்நூல்களில் ஒன்றுகூட இன்று இல்லை. என்றாலும், நாடகக் கலை அழியவில்லை. நாடகக்கலையை நன்கு அறிந்து நடத்திவந்த அறிஞர்கள். 'கூத்தாடிகள்' என் ற இழிச்சொல்லையும் பொருட் படுத்தாது வாழ்ந்து, அக்கலையை அப்படியே அழிய விடாமல் பாதுகாத்து வந்து, இன்று நம்மிடையே ஒப்படைத்திருக்கிற அந்த அருமையை எண்ணி எண்ணி மகிழ்கிறேன். அதோடு நாடகவிழா நடைபெறும் இடங் களிலெல்லாம். பழங்காலத்து நடிப்பிசைப் புலவர்களுக்கு அவர்களின் தொண்டுகளை எண்ணி வணக்கஞ் செலுத்தியே விழாக் கொண்டாட வேண்டும் என்பது என் கருத்து. சிலப்பதிகாரத்தில் நடிப்புக்கலை மிகவும் விரிவாக ஆராய்ந்து கூறப்பெற்றிருக்கிறது.

மழையில் நனைந்தவன் நடிப்புக்கும் பனியில் நனைந்தவன் நடிப்புக்கும் வேற்றுமை கூறப்பெற்றிருக்கிறது.

வெட்டுப்புண் பட்டவன் நடிப்புக்கும் தீப்புண் பட்டவன் நடிப்புக்கும் வேற்றுமை விளக்கப் பெற்றிருக்கிறது. பாம்பு கடித்தவன் நடிப்பு எப்படி இருக்க வேண்டும் என்பதற்கு ஓர் எடுத்துக் காட்டு:

"கொஞ்சிய மொழியிற் கூரெயிறு மடித்தலும்
பஞ்சின் வாயிற் பனிநுரை கூம்பலும் தஞ்ச மாந்தர் தம்முக நோக்கியோர்
இன்சொ லியம்புவான் போல்இயம் பாமையும் நஞ்சுண் டோன்றன் அவிநய" மென்பர்."

நாடகமேடை அமைப்பு கிழக்கு நோக்கி இருக்க வேண்டும் என்றும், அது சாம்பல் தரை, ஈரத்தரை, களித் தரை, உவர்த்தரை, பொடித்தரை முதலியவைகளில் அமைக்கக் கூடாது என்றும், நாடக அரங்கில் பங்கு கொள்கிற மக்களுக்குப் புகுமுகவாயில் ஒன்றும், புறப்படுவாயில் ஒன்றும் அமைத்தாக வேண்டும் என்றும், அரங்கு ஊரின் நடுவில் தேரோடும் வீதிக்கு எதிர்முகமாக அமைக்க வேண்டுமெனவும் சிலப்பதிகாரம் கூறுகிறது.

இவை நாடகத் தமிழின் தொன்மையையும் உயர்வையும் முறையையும் நமக்குக் காட்டி வியப்படையச் செய்கிறது.

15. வரந்தரு காதை

இறுதியாக இளங்கோவடிகள் சேரன் செங்குட்டுவன் கண்ணகிக்கு இமயமலையிலிருந்து கனகவிசயர் தலையில் கல்லெடுத்து வந்து பத்தினிக்கோட்டம் அமைத்த வரலாற்றைக் கூறுகின்றார்.

ஒரு நாட்டு மன்னன் ஒரு சாதாரணக் குடிமகளைக் கற்புடைத் தெய்வமாக எண்ணித் திருக்கோயில் கட்டி வழிபடும் இச் செய்தி நம் உள்ளத்தைத் தொடுகிறது.

உலகில் உள்ள எல்லா நாடுகளிலும் கற்பு பாராட்டப் பெற்றே வருகிறது. இங்கிலாந்தில் கற்பு கணவன் மனைவியின் இடையே உள்ள நட்புக்கு உரியது என்றும், பிரான்சில் கற்பு உடல் நலத்துக்கு உரியது என்றும், ஜப்பானில் கற்பு சமூகநலனுக்கு உரியது என்றும் கருதப் பட்டு வருகிறது. ஆனால் தமிழகத்தில் மட்டுமே கற்பு வணக்கத்திற்கும் உரியது என்று நிலை நாட்டப் பெற்றிருக்கிறது.

இப் பத்தினிக்குத் தங்கள் தங்கள் நாடுகளிலும் திருக் கோயில் கட்டி வழிபட ஆரிய மன்னர்களாகிய கனகரும் விசயரும், குடகரும் கொங்கரும், மாளுவ வேந்தரும், கடல் சூழிலங்கை கயவாகுவேந்தனும் சேரமன்னனிடம் அனுமதி பெற்றுக் கோவில் கட்டி வழிபட்டிருக்கின்றனர். மன்னர்கள் மட்டுமல்ல, எல்லாச் சமயத்தினரும், தேவந்தி என்ற பார்ப்பனப் பெண் உட்பட எல்லாச் சாதியினரும், ஏன்? துறவிகளும்கூட வழிபட்டனர் என்ற செய்தியையும் சிலப்பதிகாரம் கூறுகிறது.

சேரன் செங்குட்டுவன் கண்ணகியைக் கல்லால் நிலை நாட்டினான்; இளங்கோவடிகள் சொல்லால் நிலை நாட்டினார்.

இறுதியாகக் காப்பியத்தை முடிக்குமுன் இளங்கோ வடிகள்.

"பரிவும் இடுக்கணும் பாங்குற நீங்குமின்
தெய்வந் தெளிமின் தெளிந்தொர்ப் பேணுமின்
பொய்யுரை யஞ்சுமின் புறஞ்சொல் போற்றுமின் தானம்
செய்மின் தவம்பல தாங்குமின்;
செய்நன்றி கொல்லமின் தீ நட்பு இகழமின்;
பொய்க்கரி போகன்மின்; பொருண்மொழி நீங்கன்மின்;
அறவோர் அவைக்களம் அகலா தணுகுமின்;
பிறவோர் அவைக்களம் பிழைத்துப் பெயர்மின்
பிறர்மனை அஞ்சுமின் பிழையுயிர் ஓம்புமின்;
அறமனை காமின் அல்லவை கடிமின்"

என்று கூறியிருப்பது, மக்கள் உள்ளத்தைப் பண் படுத்துவதாக இருக்கிறது.

16. அறிவுரைகள்

இந்த அறவுரைகள் சேர நாட்டையோ தமிழகத்தையோ இந்தியாவையோ ஆசியாக் கண்டத்தையோ நினைத்துக் கூறியதாகக் கருதாமல், உலக மக்கள் அனைவரையும் நினைத்தே கூறியதாகக் கருதுகிறேன்.

மக்களாகப் பிறந்த ஒவ்வொருவரும் இந்த அறவுரையையும் அறிவுரையையும் பின்பற்றி நடப்பது நல்லது என்று கூறுவதோடு என் உரையை முடிக்கிறேன்.

வாழட்டும் தமிழகம்!
வளரட்டும் நல்நெறி!

★★★

9 788198 921178